D1772042

சக்தி ஜோதி

திண்டுக்கல் மாவட்டம், அய்யம்பாளையத்தைச் சேர்ந்தவர். சங்க இலக்கியத்தில் முனைவர் பட்டம் பெற்றுள்ள இவருடைய முதல் கவிதைத்தொகுப்பு 'நிலம் புகும் சொற்கள்' 2008ல் வெளிவந்தது. இந்நூல் இவரது பதினோராவது கவிதைத் தொகுப்பாகும். சங்கப் பெண் கவிதைகளை நவீன வாழ்வியலோடு ஒப்புநோக்கி கட்டுரைத் தொகுப்பு ஒன்றும் எழுதியுள்ளார்.

திருச்சி பாரதிதாசன் பல்கலைக்கழகம், மதுரை காமராசர் பல்கலைக்கழகம், திருநெல்வேலி மனோன்மணியம் சுந்தரனார் பல்கலைக்கழகம் ஆகியவற்றில் இவருடைய கவிதைகள் பாடத்திட்டத்தில் வைக்கப்பட்டுள்ளன. தமிழக அரசின் நூலக விருது, திருப்பூர் தமிழ்ச் சங்க விருது, சிற்பி இலக்கிய விருது ஆகியன கவிதைகளுக்காக இவர் பெற்றிருக்கும் விருதுகள்.

கவிதைகள் தவிர, சங்கப் பாடல்கள், நவீன இலக்கியம், நீர் மேலாண்மை, கல்வி, சுற்றுச்சூழல், விவசாயம் ஆகியவை சார்ந்த கட்டுரைகள் எழுதி வருகிறார். விவசாயம் மற்றும் பெண்கல்வியை முன்னிலைப்படுத்தி செயல்படும்விதமாக தனியார் நிறுவனம் தொடங்கி, தேசிய வேளாண்மை மற்றும் கிராம மேம்பாட்டு வங்கியுடன் இணைந்து பல்வேறு ஆக்கப்பணிகளை மேற்கொண்டு வருகிறார்.

இப்பொழுது வளர்ந்துவிட்டாள்

சக்தி ஜோதி

டிஸ்கவரி பப்ளிகேஷன்ஸ்

எண்: 9, பிளாட் எண்: 1080A, ரோஹிணி பிளாட்ஸ்
முனுசாமி சாலை, கே.கே.நகர் மேற்கு,
சென்னை – 600 078. பேச: 99404 46650

இப்பொழுது வளர்ந்துவிட்டாள்
ஆசிரியர்: சக்தி ஜோதி©

IPPOZHUDHU VALARNDHUVITTAL
Author: **Sakthi Jothi**©

Printed at: Ramani Print solutions, Triplicane, Chennai - 600 005.
First Edition: June - 2016;   Second Edition: Sep - 2021
ISBN: 978-93-84301-19-4
வெளியீட்டு எண்: 0013
Pages: 72

Rs.90

Publisher • *Sales Rights*

Discovery Publications
No. 9, Plot,1080A,
Rohini Flats,
Munusamy Salai,
K.K.Nagar West,
Chennai - 600 078.
Mobile: +91 99404 46650

Discovery Book Palace (P) Ltd
No. 6, Mahaveer Complex,
Munusamy Salai,
K.K.Nagar West,
Chennai-600 078.
Ph: (044) 4855 7525
Mobile: +91 87545 07070

discoverybookpalace@gmail.com
WWW.DISCOVERYBOOKPALACE.COM

இந்த நூலில் பிரசுரமாகியுள்ள எந்த ஒரு பகுதியையும் பதிப்பாளர் அல்லது நூலாசிரியரின் எழுத்து பூர்வமான முன்அனுமதி பெறாமல் எடுத்தாள்வதோ, மறுபிரசுரம் செய்வதோ, மொழியாக்கம் செய்வதோ, அச்சு மற்றும் மின்னணு ஊடகங்களில் மறுபதிப்பு செய்வதோ, காப்புரிமைச் சட்டப்படி தடை செய்யப் பட்டுள்ளது. இந்த நூலிலிருந்து குறிப்பிட்ட பகுதிகளை மேற்கோள்காட்டி புத்தக விமர்சனம் செய்ய, ஊடகங்களுக்கு மட்டும் அனுமதி உண்டு.

உங்கள் மொபைல் போனிலிருந்து ஸ்கேன் செய்து 'டிஸ்கவரி புக் பேலஸ்' மொபைல் ஆப்பை டவுன்லோடு செய்து, புத்தகங்களை வாங்குங்கள்.

காவியாவுக்கும்
அர்ச்சனாவுக்கும்

தாயின் தாயின் தாயின் காம்பு

ஒரு பெண்ணாக வாழ்வது என்பது அத்தனை எளிதில்லை. இது என்னுடைய வாழ்வின் நகர்தலில் இருந்து எனக்குப் புரிகிறது. என் வயதொத்த பெண்களிடமிருந்தும் என்னிலும் அனுபவம் முதிர்ந்த பெண்களிடமிருந்தும் மேலும் புரிந்துகொள்கிறேன். இந்தப் புரிதலின் மூலம் கடினமாக இருக்கும் வாழ்வை சற்றேனும் மென்மையாக்க முயலுகிறேன்.

இதனை உணர்ந்த நான்தான் என் மகளிடமும் அவள் வயதிலிருக்கும் பெண்களிடமும், பெண்ணாக வாழ்வது அத்தனை கடினம் இல்லை என்று சொல்லிக் கொண்டிருக்கிறேன். அப்படித்தானே சொல்ல வேண்டும். இதுதான் என் கவிதை எனக்குத் தந்த மொழி.

பறவைகளிடமும் பூக்களிடமும் தாவரங்களிடமும் எறும்புகளிடமும் பேசுவதற்கு என்னிடம் ஒரு மொழி இருந்தது. மரத்தில் அசையும் இலைகளில் அதன் ஒவ்வொரு அசைவுக்கும் ஒரு கதை சொல்லி யிருக்கிறேன். இந்த உலகம் என்பது என்னுடைய விரிந்த கைகளுக்குள் இருப்பதாக நினைத்திருக்கிறேன். அசையும் பொருளெல்லாம் என் சொல் கேட்டு அசையாதிருக்குமென நம்பி அலைக் கடலை அதிகாரம் செய்திருக்கிறேன். இந்த இயற்கையின் மொழியை பின்னாளில் நான் இழந்து விட்டேன். எதிரே இருப் பவை குறித்த அறிவுடனும் எதிரே பேசுபவர் பற்றிய கேள்விகளுடனும் இப்போது இருக்கிறேன். அப் போதும் என்னிடம் கேள்விகள் உண்டு. சந்தேகம் இல்லை.

சந்தேகங்கள் ஏதுமற்று யாவருடனும் பேசுவதற்கு என்னைப்போலவே எல்லாப்பெண்களிடமும் அவர் களுடைய பால்யத்தில் ஒரு மொழி இருந்திருக்கும்.

ஒரு பெண்குழந்தை எந்தக்கணத்திலும் கொல்லப் படுவதற்கான சாத்தியகூறுகளுடன்தான் வளர்கிறது. உடைகளில், உணவுகளில், விளையாட்டுகளில் என அதனுடைய உடலியற்கூறு சார்ந்தும் பண்பாடு சார்ந்தும் பல வேறுபாடுகளுடன் அவள் வளர்க்கப் படுகிறாள்.

ஆணுக்கான வெளி வேறு. பெண்ணுக்கான வெளி வேறு. உண்மையில் ஆணும் பெண்ணும் சமம் என்பது போன்ற ஒரு மாயை உருவாகிக் கலைகிறது. இணைந்து வாழ்வதில் இருக்கக்கூடிய விட்டுக்கொடுத்தல் களையும் பெண்களே செய்கிறார்கள்.

அம்மாவோடு இணைந்திருப்பதும் முரண்படுவதுமான கலவையான புதிய உலகத்தை மகள் தன்னுடைய வளரிளம் பருவத்தில் திறந்து வைக்கிறாள். மகளின் உலகத்தை சற்றேனும் அம்மாவால் புரிந்துகொள்ள இயலுமெனில், தான் கடந்துவந்த பதின்ம வயதுக்குள் தன்னையும் மலர்த்திக்கொள்ள இயலும்.

மகளின் வயதுக்குள் தன்னைக் கண்டடைகிற அம்மாக்கள் தங்களுடைய அம்மாக்களின் நினைவு களிலும் தங்களைக் கரைத்துக்கொள்வார்கள். அந்த ஆழ்மனதின் அடியிலிருந்து நுட்பமாக அவதானிக்க வேண்டிய தலைமுறைகளின் வழியே தாய்-மகள் உறவிற்குள் எழுதத் தூண்டப்பட்டேன்.

நான் கடந்துவந்த பாதையில்தான் என்னுடைய மகளும் நடக்கிறாள். என்றபோதிலும் என்னுடைய காலம் வேறு. அவளுடைய காலம் வேறு. நான் எதிர்கொண்ட எதிர்நிலை அனுபவங்கள் அவளுக்கும் நிகழக்கூடும். என்னைவிட எளிதாக அவள் அதனைக் கடந்து செல்லக்கூடும்.

காலம், நிலம், சூழல் இவை பெண்ணின் மனதைக் கலைப்பதும் குவிப்பதுமான மாயநிகழ்வுகளை என் மகளொத்த மகள்களுடன் சொல்லி நகர்வதே இந்தக் கவிதைத்தொகுதி.

★

தொடந்து என்னை எழுத ஊக்கப்படுத்துகிற நண்பர்கள் அனைவரையும் இக்கணம் நன்றியுடன் நினைக்கிறேன். அவர்களுக்கு எப்பொழுதும் என்னுடைய அன்பு.

இந்தத் தொகுதியை நூலாகக் கொண்டுவருகிற டிஸ்கவரி புக் பேலஸ் பதிப்பகத்திற்கும் நண்பர் வேடியப்பன் அவர்களுக்கும் என்னுடைய அன்பும் நன்றியும்.

தொடர்ந்து நான் எழுதுவதில் மகிழ்கிற சக்திவேல், திலீப்குமார், காவியா மற்றும் என் குடும்பத்தினருக்கு என்னுடைய பிரியங்கள்.

சக்தி ஜோதி
02-06-2016

தொடர்புக்கு:
இராமலிங்கநகர்
அய்யம்பாளையம் - 624204
திண்டுக்கல் மாவட்டம்.
shakthijothi@gmail.com

நன்றி

உயிர் எழுத்து
காலச்சுவடு
அம்ருதா
ஆனந்த விகடன்
செம்மலர்
தை

அன்பின் ருசி

அந்தத் தென்னை மரம் வளர்ந்திருக்கிறது
கோணல் கோணலாகவும்
வளைந்து வளைந்தும்.
எவருக்கும் இடைஞ்சலில்லை.
அத்தனை உயரத்தில்
அத்தனை பாதுகாப்பில் வைத்திருக்கிறது
தன்னுடைய நிலத்தடி நீரை.
பாளை பூத்திருக்கிறது
எத்தனை இளநீர் என்பதறியாது.
ஒரு கூடு
அதற்குள் ஒரு கூடு
அதனுள் நீர்
அன்பின் ருசியாய்.
இந்த உலகு
இந்த அன்பு
இந்தத் துயரம்
இந்த விடுதலைதான்
எத்தனை பாதுகாப்பாக இருக்கிறது.

❖

களங்கமறு கதகதப்பு

அவள் தன்னுடைய துயரத்தின் சாயல்
மகள் மீது படிவதை
ஒருபோதும் விரும்புவதில்லை.
அவள் தேடிக் கண்டடையும் ஒவ்வொன்றும்
மகளின் விருப்பங்களைச் சாத்தியப்படுத்தவே.
அவளின் உள்ளிருந்து தெறித்துப் பரவிய
முந்திய பருவத்தின் வெளிச்சத்தை
புதியதொரு நிறத்தில் மகளிடம் உணர்த்திவிட
அவளுக்குப் பெரு விருப்பம்.
வேறொரு தோற்றத்தில் தன்னை வரைந்தது என
உறங்குகிற மகளின் கையை விலக்கி
களங்கமறு கதகதப்பை உடன் எடுத்து
பணியிடம் கிளம்புகிறாள்.

அவளுக்குள் நிரம்பியிருக்கிறது
அவளுடைய தாயின் தாயின் தாயின் காம்பு.

எப்பொழுதும்

ஒருபெண்ணிடம்
எப்பொழுதும்
எவராலும் கலைக்கப்படாத
மனமிருப்பதை
ஆண் அறிவதில்லை

சிலபோது
அவனிடம் சொல்ல இருப்பவை
ஏராளமென
அவளும் அறிவதேயில்லை

தன்னிடம் இருப்பவை குறித்த பெருமிதமோ
இல்லாதவற்றின் வெறுமையோ
அவளிடம் இல்லை

இருள் விரியத்தொடங்கும்
ஆகாயத்தின் கீழாக
அடைய மறுக்கும் ஒரு பறவையை
கூடடையச் செய்கிற அவஸ்தையில்
எப்பொழுதும்
அலைவுறுகிறது அவளின் மனம்.

❖

நதியின் அணைப்பில்

கனவில்
வண்ணத்துப் பூச்சியின்
சிறகசைவைக் கண்டடைய
தூர தேசத்திற்குச் செல்கிற
பெண்ணின் இரகசியம்
மழைக்காலத்தின்
சிற்றோடைகளென
பெருகிக்கொண்டே இருந்தது

ஏந்திக்கொள்ளும் நதி
பாசாங்குகள் ஏதுமற்று விரிந்தது

பொழுதெல்லாம்
விழித்திருக்கும் அவளின் உடல்
நதியின் அணைப்பில்
திளைத்திருக்கிறது
கனவுக்கும் நனவுக்கும் இடையிலான
சிறகசைவில்.

ஆகாயம் வசப்பட

பஞ்சு மேகங்கள்
அடர்ந்திருக்கும் நீல ஆகாயம்
நதியின் பரப்பிலும்
மிதந்தபடியிருக்கிறது

நிமிர்ந்து வானம் பார்க்கலாம்
அல்லது
வானம்
மிகச் சமீபமாக அசைந்தபடியிருக்கும்
நதிக்கரையில் அமர்ந்திருக்கலாம்

நீரடியில்
உருளும் கூழாங்கற்களில்
நீர்மை பூசிய வானத்தின்
தரிசனம்

சிறுமியவள் தன்
உள்ளங்கைகள் குவித்து நீரள்ள
ஒரு
துண்டு ஆகாயம்
அவளுக்கு வசப்படுகிறது.

❖

முதிராத இறகுகள்

இந்தப் பருவத்தில்
தன் சின்னஞ்சிறு மகளிடம்
மிகச்சிறியதாகத் துளிர்த்திருப்பது
முந்தைய தன்னுடையதே போன்ற
முதிராத இறகுகளென்று
அம்மா அறிந்திருக்க
காற்றில் படபடத்த இறகுகளை
முந்தையத் தன்னைப் போல
சின்னவள் அசைத்துக் கொண்டிருந்தாள்
உலகையே வலம்வந்து
யாவரையும் ஆசீர்வதிக்கும்
பாவனையில்.

நதியின் வழியில்

அவளுக்கு
மலைகளைப் பிடிக்கும்

ஆதி நிகழ்வான
நிலம் சுழன்ற மையத்தைத்
மனத்தில் கொள்கிறாள்

உச்சியைத்தொடுவதற்கு
விருப்பம் கொள்வது போலவே
அங்கு தொடங்கும்
ஊற்றில்மனம் குவிகிறாள்

நதியைத் தொடர்ந்து
கடலின் கரிப்பைச்சுவைக்கிறாள்

தொடக்கத்தை அறியவும்
அதனோடு சமீபித்திருக்கவும்
விரும்புகிற அவள்
ஒன்றை அடைந்திருப்பதற்கும்
அனுபவத்திற்கு இடையிலான இழையை
தனக்குள்ளே
பின்னலிட்டுக் கொண்டிருக்கிறாள்
மலையிலிருந்து பெருகும்
நதியின் வழியில்.

❖

மறைப்புகளற்ற வானம்

காவியாவிற்கு
நீரையும் நிலத்தையும்
பூவையும் நெருப்பையும்
இயற்கையின் ஆதிவடிவென
அறிமுகம் செய்து வைத்தேன்

அவள்
எங்கும் பரவியிருக்கும் காற்றை
இரு கைகளிலும் ஏந்துவது எப்படியெனவும்
நிலவின் ஒளியிலிருக்கும் பாடலை
உணர்ந்துகொள்வது பற்றியும்
எனக்கு கற்றுக் கொடுத்தாள்

இப்பொழுது
கையோடு கை சேர்த்து நடந்து கொண்டிருக்கிறோம்
நானும் அவளும்

வானம் எங்கள் முன்பாக விரிந்திருக்கிறது
மறைப்புகளேதுமற்று.

நினைவில் இருப்பது

ஒவ்வொரு மலையைக் கடக்கும்பொழுதும்
மலையேற்றத்தின் சாகசங்களை
ஒவ்வொன்றாய்
அறிந்து கொண்டிருந்தாள்

பாதங்களை
நுட்பமாக முன்னகர்த்தி
இன்னும் கொஞ்ச தூரம் செல்ல
வலுவேற்றியிருக்கிறாள்

உச்சிச்சிகரம் தொட்டவுடன்
காண்கிற
அவளின் காட்சிகள்
அகன்ற நிலபரப்பில்
உழுது கொண்டிருக்கும் கிழவனும்
விதைத்துக்கொண்டிருக்கும் கிழத்தியும்
நீர்வண்ண ஓவியங்களென

இப்பொழுது
அவள் நினைவில் இருப்பது
விதைப்பில் செழித்திருக்கும்
சமவெளிக்கான விழைவே.

❖

அர்ச்சனா நினைவுகள் / 1

அர்ச்சனாவுக்கு மழையில் நனையவும்
ஈரம் சொட்டும் ஆடைகளுடன்
வீடு முழுக்க அலையவும் பிடிக்கும்

ஓடியாடும்
சிறுபாதங்கள் வழியே
மழைநீர்
வழிந்தோடும் வேளையில்

முந்தியப் பருவத்தை நினைவூட்டும்
ஒடிந்த மரக்கிளைகளையும்
காய்ந்த சருகுகளையும்
நினைத்துப் பார்க்கையில்

காட்டுவெள்ளமென பாய்ந்து
அவளை
சுருட்டிக்கொண்டு போவதை
பார்த்துக்கொண்டு இருக்கிறாள்
அந்த தேவதை.

அர்ச்சனா நினைவுகள் / 2

அர்ச்சனாவுக்கு
எந்தப் பரப்பும் வரைகின்ற தளம்

தண்ணீர்கூட
அவளுக்கு வண்ணம்தான்

எட்டும் உயரம்வரை
வீட்டுச் சுவரில்
அவளின் கைவண்ணம் படாத
ஒருபகுதியும் மிச்சமிருக்காது

'கண்ட இடத்துல கிறுக்காதே'
எனச் சொன்னாலும்
அதை
ஒருபோதும் அவள்
பொருட்படுத்துவது இல்லை

அவள் கிறுக்கியவை யாவும்
அத்தனை இறுமாப்புடன் இருந்தன

அவளின் தனித்த ஒளிர்வுடன்.

ஆரஞ்சு வண்ணம்

ஆரஞ்சு வண்ண உடைகளை
ஆரஞ்சு வண்ணப் பொருள்களை
ஆரஞ்சு வண்ண வாகனங்களை
விரும்புகிற காவியா
தன்னுடைய கனவுகளிலும்
ஆரஞ்சு வண்ணத்தைக் காணவே விரும்புகிறாள்
ஆரஞ்சு வண்ணம் என்பது
அவளுடைய கற்பனைகளுக்கு
வசீகரத்தையும்
புதுப்புது அனுபவத்தையும்
தருவதாக நம்புகிறாள்
கூடவே
பின்னாளில்
அவள் நினைவில் கொள்ள வேண்டியவை
அவளுடைய காயங்களும்
மீண்டெழுகிற கணங்களும்
இந்தக் கவிதை மரபும்.

❖

அவளின் மொழி

யாரிடமும் கேட்பதற்கான கேள்விகளும்
யாருக்கும் விடையளிக்கும் பதில்களும்
அவளிடமிருந்தன

கொடிகளின் அசைவிற்கும்
இலைகளின் உதிர்வுக்கும்
அவளொரு காரணம் சொல்வாள்

உணவை இழுத்தபடி நகர்ந்துசெல்கிற
எறும்பைத் தொடர்ந்து
அதன் புற்றருகே
அவளின் உணவினைத் தூவுவாள்

தாவரங்களோடும்
சிற்றுயிர்களோடும்
பேசுவதற்கு
பறவைகளைப் போலவே
காவியாவுக்கும்
தனியான ஒரு மொழியிருந்தது

❖

மதலை

வழித்துணையாக
பறவைகளின் ஓசையைத் தேர்ந்துகொண்டு
எப்பொழுதும்
பாடிக்கொண்டிருக்கும்
அந்தக் குழந்தை
உறைந்துவிட்டது
நவீன வகுப்பறையின் குளிர்வில்

கனவின் சொட்டு

மீண்டும் மீண்டும்
காண விரும்பிய கனவில்
எச்சத்தில் பெருகிய
தாவரங்கள் செழித்திருக்கும் காட்டில்
ஒற்றைத் தாமரை
எண்ணிலியாய் இதழ் விரித்தது

கனவின் சொட்டு
மதுவாய் பெருகியது

உடலை விடக் கூடுதலாக
மனதை விடவும் குறைவாக
வேறு எதுவும் நிகழப்போவதில்லை

நுரைத்துப் பிரவாகமான இளமையின்
பெருவிசையோடு
பாய்ந்தோடியது நதி

தெப்பமாக நிற்கிறோம்
நானும் அவளும்
❖

அத்தனை எளிதாக இல்லை

துரத்தலும்
தப்பித்தலுமாக
அலைந்துகொண்டே இருந்தாள்

குத்திக் கிழிக்கும் முட்களுக்குள்
ஓடி ஒளியவேண்டியதாக இருந்தது

அவளின் பாதை முழுக்க
கூரிய சுக்கான் கற்களும் நிறைந்திருப்பதால்
அத்தனை எளிதாக இல்லை
நடையும் ஓட்டமும்

யானையைப் பிடிப்பதற்கு வெட்டிவைத்த
பெரும் பள்ளமொன்றில் விழுகிறாள்

அதிர்ந்து விழிக்கிறாள்
கனவு போலவே இல்லை
அது.

❖

பின்னல்

காவியாவுக்கு
இரட்டையாக வகிடெடுத்து
பின்னலை நான் இட்டால் மட்டுமே
சிரித்தபடி பள்ளிக்குச் செல்வாள்

நீள் கூந்தலில் எண்ணெய்க் காப்பிட்டு
மூன்று இழைகளாகப் பிரித்து
பின்னலிடும் பொழுது
ஒவ்வொரு இழையிலும்
ஒவ்வொரு பின்னலிலும்
ஒரு கதை வந்து ஒட்டிக்கொள்ளும்

கதைகளினூடே திறக்கும்
ஓயாத அவளின் கேள்விகளுக்கு
தளர்ந்திடாமல் பதில் சொல்லிவிட முயன்று
தோற்றுவிடுகிற பொழுதில்
பின்னல் முடிந்திருக்கும்
இரண்டு கன்னங்களுக்கும் முத்தங்களுடன்

❖

பிணைப்பும் திறவுகோலும்

பிணைப்பும்
திறவுகோலும் அற்ற பருவத்தில்
இருக்கும் காவியாவுக்கு
விடுதியில் சேர்த்த அன்று
கை நிறைய சாவிகளுடன்
ஒரு சாவிக்கொத்து சேர்ந்திருந்தது

யாருடைய மனதையாவது திறக்கக்
கள்ளச்சாவி ஒன்றைத் தேட
அவசியமேதுமின்றி இருக்கும்
அந்தப் பருவத்திலிருந்து
இன்னொரு பருவத்திற்கு
அவளும் நகர்வாள்
என்னைப் போல.

பின்னிரவுக் கனவுகள்

நள்ளிரவுக்குப் பிந்தி
விழிப்பு வரும்
என்றாலும்
பின்னிரவின் கனவுகளைக்
கலைக்க விரும்புவதில்லை

உறங்கியவுடன்
தொடங்கிய கனவுகளை மறக்கடித்து
உள்ளுக்குள் பேசிக்கொண்டிருக்கும்
பின்னிரவுக் கனவுகளின்
அவதானிப்பில்
தொடர்ந்து
கண்களை மூடியிருக்க
நினைவுகளின் முடிவற்றவெளி
தாழ் திறக்கும்.

❖

மீண்டும் மீண்டும்

மீண்டும் உருவாக்க வேண்டியிருக்கும்
மீண்டும் சந்திக்க வேண்டியிருக்கும்
மீண்டும் ஊடல் கொள்ள வேண்டியிருக்கும்
மீண்டும்
கொலை செய்ய வேண்டியதிருக்கும்
அவளே
உயிர்ப்பிக்க வேண்டியதிருக்கும்
உறவுகளுக்காவே
வாழும் கனவுகள் காணுகிறாள்
மீண்டும் மீண்டும்

❖

ஊடுருவுகிற நினைவு

சில வார்த்தைகளை
புதைத்துக்கொள்ளவும்
சில இரகசியங்களைக் காக்கவும்
அவசியப்படுகிற வாழ்வில்
மரணத்தின் கதறலாக
வெளிப்படுகிற
இந்தக் கனவை
இதற்கு முன்பும் கண்டிருக்கிறாள்

உறக்கத்தில்
அரற்றிக் கண்ணீர் வழிந்து
உடல் பதற விழித்திருக்கிறாள்

கனவுகளில்
ஊடுருவுகிற நினைவுகளை
வெறித்தபடி கடக்கிறது இரவு

❖

வாசனையைத் திசை பரப்பும் கனவு

அவளுக்கு
ஒரு கனவு இருந்தது

வெயில் படாது
மழை நனையாது
முந்தானைக் குழந்தையென
வளரத் திட்டமில்லை

விலங்குகள்
தன்னிச்சையில்
சுதந்தரித்துத் திரியும்
அடர் வனத்தின் நடுவே
தடாகத்தின் மையத்தில்
ஒளிரும் ஒற்றை வெண்பூவென
உயிர்ப்பிடித்து வளர்ந்தாள்

வாசனையைத் திசை எங்கும் பரப்பும்
மலர்தல்
பொங்கி வழிகிறது
அவள் வாழ்வில்.

நீந்தல்

அவளது பதின்மப் பொழுதுகளில்
அவளுக்கு ஆற்றில் நீந்துவதை விடவும்
ஆற்றுக்குள் நடக்கப் பிடிக்கும்
நீரின் போக்கிலும்
நீரை எதிர்த்தும்
இக்கரைக்கும் அக்கரைக்கும்
நீரைக் கிழித்து
ஆற்றுமணலுக்குள் பாதம் புதைய
அலைந்துகொண்டே இருந்திருக்கிறாள்
நீரினுள் அமிழ்ந்து
நிலத்தில் புதையாத பாதங்களுடன்
மூச்சடக்குகையில்
அப்போதுதான் திறந்தது
அவளுடலின் நீர்மை.

❖

வளரிளம் கனவுகள்

காற்றில் அலையும் கூந்தலுடன்
தன்னையும் காற்றென
உணரத் தொடங்கிய பருவத்திற்குள்
நுழையத் தொடங்கியிருக்கிறாள் சிறுமி
எந்த திசையிலும் பரவுகிறாள்
எந்த மரத்தின் இலையையும் அசைக்கிறாள்
அவளின்
வளரிளம் கனவுகளைக் கிளை பரப்பும்
காற்று மட்டுமே அறியும்
அந்தப் பருவத்தின் ஆசைகளையும்
துளிர்க்கும் இளம்காதலையும்.

❖

பருவம் அதுவென

மெல்ல அசைந்து விழுந்த முன்பற்கள்
முளைக்கும் முன்பாக
உடலின் திறப்புகளை
அவள் முன்னுணர்ந்து இருக்கவில்லை
முதிராப் பற்களுடன் இருந்த சிறுமி
அவ்வப்போது
தன்னுடலில் இருந்து கசியும்
ஈரம் கண்டு பயந்து
எதற்கோ அழுது
எதற்கோ கோபப்பட்டு
யாவரிடமிருந்தும் தனித்து ஒதுங்கினாள்

அசையும் காமத்தின் நாவுகள்
முளைவிடத் தொடங்கும் பருவம் அதுவென
பின்னொரு நாளில்
அவள் அறிந்துகொள்ளக்கூடும்.

❖

விழித்தெழுதலின் பாடலென

அவளின் கனவுகளை
மொழியின் துணையைத் தேடாத
ஓசையென்றுணர்ந்து
பதிவு செய்யத்தொடங்கினாள்

உடலை அதிரச் செய்கிற
அந்தக் கனவுகள்
இசைக்கப்படுகையில்
உயிர்பெறுகிற இசைக்கருவியென
ஆடுகளை மேய்த்துத் திரிகிற பெண்ணின்
பழம்பாடலில் உயிர்த்தன

அந்த இசையின் பரவசம்
விழிதெழுதலின் பாடலென
தனித்த புதியதோர் மொழியில்
ஒலிக்கத் தொடங்கியது.

எதையும் அடைந்துவிட அல்ல

எதிரே விரிந்திருக்கும்
பெரும்வெளி
மணற்காற்று சுழிக்கும் பாலை

மணலில் புதையும் பாதங்கள்
மேலும் அழுந்த
மூச்சிரைத்து நடந்தாள்
எதையும் அடைந்துவிட அல்ல
முன்னே
செல்லவேண்டுமென்பதும் அல்ல

வாழவேண்டும் என்பது மட்டுமே
அப்பொழுது அவள்

அவள் அவளாக

ஒரே இரவுக்குள்
சின்னஞ்சிறிய கனவுகள்
வந்துகொண்டே இருந்தன

ஒரு கனவில்
அவளின் வீடும்
கிராமமும் வேறு வேறாக இருந்தன

இன்னொன்றில்
அவளைப் போல இல்லை
அவளின் பெயரும் அடையாளமும் மாறியிருந்தன

நகரமும் கிராமமும்
காடுகளும் மலைகளும் மாறிமாறி வந்தன
ஒரு கனவிற்கும்
இன்னொன்றிற்கும் தொடர்பு இருந்தது போலவும்
இல்லாதது போலவும்

இந்த கனவுகளுக்கிடையே
விழிப்பு வந்துகொண்டேயிருந்தது
விழிப்பில்
அவள் அவளாக
இருப்பதாக நம்ப முயலுகிறாள்.

❖

என் சின்னஞ்சிறு பெண்ணே

1.

என் சின்னஞ்சிறு பெண்ணே
பச்சைத் தவளைகள்
சின்னதாக எட்டுவைத்து
குதித்தோடும் நிலத்தினூடே
அரசி நான்தானென
சுற்றித் திரிந்த என் கதை அறிவாயா
அப்போது
வானம் தன் மேகத்தைக் குடையாகப் பிடித்திருக்க
அகன்ற நிலமெல்லாம்
என்னுடைய பாதங்களுக்குக் கீழே எனவும்
நானே பாதுகாவல் செய்பவள் எனவும்
கனவை விரித்திருந்தேன்
விரிந்த கனவில்
பூக்கள் மலர்ந்தும்
காயங்கள் அறியாமலும்
இறகுகளுடன் கட்டற்றிருந்தேன்
இப்போது கூட
வானமும் நிலமும் அப்படியே இருக்க
நானும் அரசியாகத்தான் இருக்கிறேன்
அலங்காரக் கூரையிட்ட நான்கு சுவர்களுக்குள்ளே.

❖

2.

என் சின்னஞ்சிறு பெண்ணே
ரயில்பெட்டியென அடுக்கி
தகரமே மேற்கூரையும்
அதுவே பக்கச் சுவரும் என்றிருந்த வீட்டில்
கணப்படுப்பின் அருகே உறங்குகையில்
பாதியிரவில்
அண்மை வீட்டிலிருந்து
சட்டென்று கேட்ட விசும்பல் சப்தத்தில்
விழித்தபடி கடந்த இரவை
தனித்த அலங்கார வீட்டிலிருக்கும்
நீ அறிவாயா
❖

3.

என் சின்னஞ்சிறு பெண்ணே
நீ அறியாத பால்யம் எதுவென்றால்
மாவடு காலமென்பேன்

உப்பில் ஊறலிட்ட மாவடுவை
உள்ளங்கைகளில் பத்திரப்படுத்தியிருக்க
விரலிடுக்கிலிருந்து கசியும் வாசத்தில்
எச்சில் பெருகும் காலம் அது.

4.

என் சின்னஞ்சிறு பெண்ணே
எப்பொழுதும் மழை
எப்பொழுதும் பனி
எப்பொழுதும் கம்பளி ஆடைக்குள்தான்
என்னுடைய பால்யம்

பனியில் வெடித்து உலர்ந்த உடலில்
தைலம் பூசி மென்மையாக்கிக் கொண்டும்
பனியில் விரிந்த உதடுகளில்
வலியுணர்ந்து கொண்டும்
இருந்த போதிலும்
எப்போதாவது வெயில் படர்கையில்
முகம் நிமிர்ந்து கன்னங்கள் கதகதக்க
சுடர் வாங்கியிருக்கிறாயா

❖

5.

என் சின்னஞ்சிறு பெண்ணே
மழையிரவின் இடைவிடாத இடியோசை
அறிவாயா
பனி படர்ந்த பகலின் குளிர் அறிவாயா
எப்போதாவது மஞ்சள் ஒளி வழங்கும் சூரியன்
அறிவாயா
அடர்ந்த காட்டின் வாசம் அறிவாயா
மண் பிளந்து வெளிவரும் மண்புழு அறிவாயா
பார்த்தவுடன் நமைச்சல் தரும் கம்பளிப் பூச்சி
அறிவாயா
அறியாமல் உடல் மேலேறி ரத்தம் குடித்துவிடும்
அட்டைப்பூச்சி அறிவாயா
பூச்சி பொட்டு அணுகா பாதுகாப்பில் இருக்கும்
உன் உலகம் வேறு
என் காலம் வேறு
உன் வயதில் நானும் இருந்திருக்கிறேன்
என்றாலும்
உன் போல் அல்ல
இயற்கையின் மகளாக.

❖

பெருமிதம்

உயிர்ப்பின் ஈரத்தையும்
வெதுவெதுப்பையும்
அவளிடத்தில் சேர்த்தது
இந்த மழைக்காலம்

திரண்ட மேகங்களில்
கனவுகள் பூத்தது

வான்பொழிவின் ஆரவாரத்தை
ஆழக்கடலின் சிறு அசைவென
தன்னிடத்தில் ஏந்திக்கொண்டாள்

புரளும் காட்டுஓடையென
பெருகிய அடர்வாசத்தில்
பிறப்பளிக்கும் குழைவிலும்
உயிர்த்தெழும் பால்நரம்புகளிலும்
பெருமிதம் கொள்கிறாள்

அதன்பின்பே
கருணை மிகுந்தவளாக
தன்னுடைய இசைவிரல்களினால்
உயிர்கள் யாவற்றையும்
இசைக்கிறாள்
இவ்வுலகின் ஆதித்தாயென.

❖

நினைவின் பரவசம்

நீர்மை துளிர்த்திருக்கும் ஒருத்தி
தன் முந்தைய பருவத்தை
நினைவில் இருத்தியிருக்கிறாள்

அந்தநாட்களில்
தூண்டிலில் சிக்காத
மீன்களுடன் சுழன்றிருக்கிறாள்
பச்சைத்தாவரங்களில்
ஒளிர்ந்திருக்கிறாள்
பொங்குகிற கடலின் அழைப்பைப்
புரிந்திருக்கிறாள்
அருவியின் ஓசையில்
மௌனம் பழகியிருக்கிறாள்
பறவைகளிடம் மிதத்தலையும்
வானத்தின் விரிவையும் அறிந்திருக்கிறாள்

பரவசமூட்டுகிற
அந்த நினைவையெல்லாம்
கிளறிவிடுகிற பருவத்தில்
இப்போது மகள் இருக்கிறாள்.

இப்பொழுது வளர்ந்துவிட்டாள்

சிரிப்பென்றால்
அப்படியொரு சிரிப்பு
அழுகையென்றால்
அப்படியோரு அழுகை
ஒன்றும் கட்டுப்பாடில்லை
என்றிருந்த சுட்டிப்பெண்
இப்பொழுது வளர்ந்துவிட்டாள்

அளவாகச் சிரிப்பதும்
பொங்கும் கண்ணீரை
தனக்குள் புதைத்துக்கொள்வதற்கும்
பழக்கப்பட்டுவிட்ட தன்னுடைய மகள்
இழந்த குழந்தைமையில்
அம்மா தொலைந்திருந்தாள்.

❖

அந்தரங்க வழி

இரவெல்லாம் உறைந்து
அதிகாலை பசும்புல்லில்
துளிர்த்திருக்கிற பனித்துளி
நினைவூட்டுகிறது கடலின் இருப்பை

கடலுக்கும் பனித்துளிக்கும் இடையே
இருக்கும் அந்தரங்க வழித்தடத்தின்
மந்திரச் சொல்லை
அவளுக்குத் திறக்கும்படி
அதனோடு
ஓர் உடன்படிக்கை செய்துகொண்டாள்

அவளுடல் கடல்
பனித்துளி அவள் மனம்.

பசியாற்றும் சொல்

நிலத்தைத் தேர்வதும்
அதற்கான விதையைக் கண்டடைவதும்
தாவரத் துளிர்ப்பைத் தொடர்வதும்
ஒரு பெண்ணுக்கு இயல்பாகிறது

ஆகாயத்திடமிருந்து
வேண்டியவை எதுவுமேயில்லை
என்பது போல
நிலத்தை நோக்கியே
பெண்ணுடல் வளைந்திருக்கிறது

தொடுவானத்தை
எட்டுகிற ஆசை
அவளுக்கில்லை

அவள் வேண்டுவது
நிலத்தின் நீர்மை

துளிர்க்கும் ஈரத்தில்
அவிழ்ந்த கூந்தலுக்குள்
மறைந்து கிடக்கும் உணர்வுகளால்
பசியாற்றும் சொல்லை
விதைக்கிறாள்.

❖

கனவின் வெளிச்சம்

பயண நெரிசலில்
உடல் மாற்றி உடலமர்ந்து
கிளர்ந்தெழும் நெருக்குதல்
என்றேனும் முடிவுக்கு வந்துவிடும்
என்கிற நம்பிக்கையில்
அன்றாடத்தைக் கடந்து
வீடுதிரும்பும் அவள்
எதிர்பட்ட பார்வைகளையும்
வாங்கிய சொற்களையும்
ஆடைகளைவது போல
களைந்துவிட விரும்புகிறாள்

உறங்குவதற்கான ஆயத்தங்களுடன்
இரவுக்குள் நுழைந்த பொழுது
பகலின் அடர் வண்ணங்கள்
இன்னமும் உடல் முழுக்க
அப்பிக்கொண்டிருந்ததைப் பார்த்தாள்

அவள் கனவில்
விடியற்காலையின்
வெளுப்பைப் போன்ற வெளிச்சம்
அவளுக்கு முன்பாக எழும்புவது
கதையாகிறது.

❖

கூந்தலுக்குள் அலையும் காற்று

சமையலறையில்
துவங்குகிற அவளுடைய தினம்
விருந்துகளுக்காகக் காத்திருக்கிறது

புகையின் இருள் படர்ந்த சமையலறையில்
அம்மாவின் அம்மா இருந்தாள்
மங்கிய மஞ்சள் ஒளியில்
அம்மா இருந்தாள்
ஒளிரும் விளக்குடனும்
போதிய காற்றோட்டதுடனும்
நவீன அடுப்படியில்
இப்போது அவளிருக்கிறாள்

விருந்துகளும்
உபச்சாரங்களும்
அணையா அடுப்பும்
பாரம்பரியப் பெருமை

உப்பெனச் சேர்ந்த
வீட்டுப்பெண்களின்சொற்களை
பசியாறிய
யாவரின் உடலும் செரித்துத் தீர்த்தது

இரவில்
வியர்த்து கசகசத்த கூந்தலுக்குள்
அலையசைந்து
தவிக்கிறது அவளின் காற்று.

பிடிபடாமல் பறப்பது

தட்டான் பறத்தலுக்கும்
இலையமர்விற்கும்
இடைப்பட்டதே அவளின் நிலை

நீர்க்கரையோரம் பறக்கும் தட்டான்
நீர்த்தளத்தில்
தன்னைப் பார்ப்பது ஒருகணம்
நிலத்தில்
தன்னை இருத்துவது மறுகணம்
கட்டுக்குள் இல்லாமல்
தவிக்கிறமனத்தை வைத்துக்கொண்டு
என்ன செய்வது

பித்தம் மிகுந்து
கவியும் கனவில் மிதந்து
அலைவுருகிறாள்

குவிந்த இருவிரல்களுக்கிடையே
பிடிபடாமல் பறப்பது
தட்டானின் சிறு உடல் மட்டுமல்ல.

❖

தோற்றம்

அவ்வப்போது
அவள் கனவில்காண்கிற மலை
வீட்டின் பின்புறம் உள்ளதுதான்
என்றாலும்
ஒவ்வொரு முறையும்
அவளிடம் வேறு வேறு அடையாளங்களைப்
பதித்துக்கொண்டே இருக்கிறது

ஒருமுறை
மரங்கள் அடர்ந்து பச்சையாக
இன்னொரு முறை
பூக்கள் போர்த்திய பல வண்ணங்களாக
மற்றுமொருமுறை
வெயில் ஊடுருவும்படியாக
அடர்த்தி குறைந்த இலைகளோடும்
முதிர் சருகுகளின் சப்தமாக
வேறு ஒருமுறை
பற்றி எரியும் நெருப்பாக

தூரத்திலிருக்கையில் அழைப்பு விடுத்தும்
அருகிலிருக்கையில் அணைத்துக்கொண்டும்
மேலேயிருந்து ஒருவிதமாகவும்
கீழேயிருந்து வேறு விதமாகவும்
தோற்றம் தருகிற மலை
ஒருபோதும்
தன்னை ஒரேவிதமாக காட்சிப்படுத்துவதில்லை.

❖

மலையிடமிருந்து

அடர்ந்த மரங்கள்
சட்டென கீழிறங்கும் அருவியென
பள்ளத்தாக்குகள் நிறைந்த
மலையைப் பார்த்து
அவள் பயங்கொள்வது இல்லை

மலையின் தோழமையில்
சிற்றருவிகளும்
காட்டோடைகளும்
அவளிடம் பெருக்கெடுத்தன

உள்ளூரின்
வழக்குமொழியில் மலையிடம்
பேச
பிரபஞ்சத்தின் ஆதிமொழியில்
அவளை மொழி பெயர்க்கிற
மலையிடமிருந்து
அன்பைக் கற்றுக்கொள்கிறாள்

ஆழ் தியானத்தின் மனத்தை
அவளிடம் கடத்திக்கொண்டிருக்கிற மலையே
அவளின் குரு.

தனக்குள் தனித்திருக்கும் பெண்

பொழுது சாய்ந்துவிட்டது
கால்நடைகள் தொழுவம் வந்துவிட்டன
கோழிகள் சேவல்களுடன்கூடடைந்துவிட்டன
வெளியில் திரிந்தவளர்ப்புப் புறாக்களும்
கூட்டமாகத் திரும்பின
தனித்த கடைசி ஒன்றும்
இணையுடன் கூட்டில் ஏறிவிட்டது
தொழுவத்துக் கால்நடைகளின்
அடையும் நேரத்துக் குரல்களைக்
கேட்டப்படி
தனக்குள் தனித்திருக்கும் பெண்ணொருத்தி
தவித்தலைகிறாள்
களித்திருக்க இயலா
இரவென்னும் பெருவெளிக்குள்.

❖

திரும்ப வேண்டிய திசை

ஆதிக்கிழவன்
தன் உள்ளங்கைகளுக்குள்
நீண்ட காலமாக பொதிந்து வைத்திருந்த
சிறிய விதை ஒன்றை
வெட்டாந்தரையில் விதைக்க
பொங்கிய நீரூற்று
தன்னுடைய நீர்வழிகளை
திசைவெளியெங்கும் விரித்தது

கிழக்கே பாய்ந்தோடும் நதிகளெல்லாம்
கடலைக் கலக்குமென்று
பயணித்த நீரோடி
உள்ளபடியே
கடலை அடைந்தான்

ஆனபோதிலும்
ஆதிக்கிழவனிடத்து பெருகிய
கிழத்தியின் அன்பை விடவும்
ஆழம் குறைவு தான் பெருங்கடல்
என்பதையறிந்து கொண்ட நீரோடிக்கு

அவன் திரும்பவேண்டிய திசையிது எனக்காட்டி
வெட்டாந்தரையில் முளைத்திருந்தது
சிறுவிதை கீறி ஓர் ஆதிச்செடி.

❖

அவிழும் நட்சத்திரங்கள்

பரிசுத்தமானது மலைத்தொடர்
மேலும்
மகத்தானது அதன் பள்ளத்தாக்குகள்

காற்றின் வேகத்தில்
பாய்ந்து செல்கிற புரவியின் மீதேறி
எளிதாக கடந்துவிட முடியும்
என்று தான் தோன்றும்

மலைத்தொடரின்
மேலே ஏறுவதும்
பள்ளத்தாக்கை மலர்த்துவதும்
அத்தனை எளிதில்லை என்பதைப்
புரிந்து கொள்கையில்
அவிழ்ந்து கொள்ளும் ஆகாயம்
நட்சத்திரங்களை மலர்விக்கும்.

அன்பின் கிளை

மலை முடிந்த பள்ளத்தாக்கிலிருந்து
சட்டெனத் தொடங்கியிருந்தது
பூத்திருந்த சமவெளி

சமவெளியென்பது
பெருநிலமா
பூத்திருக்கும் தாவரமா

ஒன்றும் அறியாத நதி
யாவற்றுக்குமான
அன்பின் கிளைகளை
விரித்துக்கொண்டிருக்கிறது
மலை துவங்கும் முடிச்சிலிருந்து.

அவளின் காடு

அவளுக்குள்
அடர்ந்த காடு இருக்கிறது

அந்தக்காடு
இயற்கையின் பருவங்களை
அவளுக்குள்
நிகழ்த்திக்கொண்டே இருக்கிறது

இலையுதிர்த்து நிற்கவும்
துளிர்க்கவும்
தாழ்ந்து மழை தாங்கவும்
மட்டுமன்றி
பூக்கவும் காய்க்கவும் கனியவுமான
காலத்தின் இடைவெளியை
அங்கிருந்து அறிந்துகொண்டாள்

ஒரு பருவத்திற்கும்
மறுபருவத்திற்குமான
சிறிய இடைவெளியில்
திரண்டு செறிகிறது
அவளின் காடு.

❖

வெயிலின் மகள்

வெயிலின் மகள் அவள்
கோடையில்
தன்னை மறைத்துக்கொள்ளாமல்
வெளிச்சப்படுத்துகிறாள்
மேலும்
மறைந்திருப்பவைகளையும்

மழையும் வெயிலுமற்ற
மந்த காலங்களைவிட
உக்கிரம் பெருகுகிற
சூரியனின் வெயிலில்
பூக்கிறாள்
கனிகிறாள்
கனிந்த மனத்தினுள்
கடக்கிறாள் ஊசலாடும் பருவத்தை
பரவுகிறாள் வான்வழி விதையென
விரிகிறாள் காற்றின்வழி எல்லையற்று
பிரகாசத்தின் அடையாளமாகிறாள்
வழி தொலைந்தவை
தானே திரும்புவதை
எதிர்நோக்கியிருக்கிறாள்
பிறகு.

எல்லோருக்குமாக

மழை பார்க்கையில்
தழைக்கும் உயிர் உணர்கிறாள்
இருத்தலின் சாத்தியப்பாடுகளை
கைகூட வைக்கிறாள்
நிரம்ப மறுக்கும் மனத்தை
நிரப்பும் பெருவெளியாய்
இருக்கிறாள்
சூல் கொண்ட எதுவும்
காற்றில் கலையாமலிருக்க
பொழிதல் வேண்டி
வானம் நோக்கி
எப்பொழுதும்
கையேந்துகிறாள் அவள்
எல்லோருக்குமாக.

❖

மாயச்சிறகசையும் பறவை

பறவைகள் தேர்கிற
வானத்திலிருந்து
திசைகள் பிறக்கின்றன
என்பதாகவும்
கிளையிடை வானமும்
பறவையின் வெளி
என்பதாகவும் நினைத்திருக்குமவள்
தன்னுடைய பயணத்தை
அதிகாலையிலேயே
தொடங்குகிறாள்

அவளின்
அன்றாடத்தின் நகர்வு
பிரியங்களின் கைப்பற்றியதாகவே
அமைந்திருக்க
அதிகாலைத் திட்டமிடலுக்கும்
மாலையின் வீடு திரும்புதலுக்குமான
தூரம்
வெகு நீளமாக இருக்கிறது

அவளைத் தளர்வுறச் செய்கிற
நெருக்கடிகளின் அடர்த்தியை
கடலின் இரகசியங்களைப் போல
மனம் புதைந்திருக்கும்
காதலில் கரைத்துக்கொள்கிறாள்

ஒரு கடினமான கணம்
அது சார்ந்த ஒரு துயர்
எல்லாவற்றையும்
அன்பின் ஒற்றைச் சொல்லில்
கடந்துவிடலாம்
என்பதாலேயே
மாயச் சிறகசைந்திருக்கும்
பறவையாக இருக்கிறாள்.

❖

இரகசியம்

அங்கே
கடல் இருந்தது
அந்தக் கடல் ஓர் உயிர் என்பது
அவளுக்குத் தெரியாது

நுரைத்துப் பொங்கும் அலைகளையும்
சுழித்துத் திரியும் மீன்களையும்
மழைத் துளிக்காக
உடல் திறக்கும் சிப்பிகளையும்
அவள் அறியாதிருந்தாள்
மேலும்
கடலின் பழமையும்
அதன் இரகசியமும் கூட
அவள் அறியாதவையே

பின்பு ஒருநாள்
ஒளிக்கீற்றின்
ஒற்றை வருடலில்
திறந்த நீலக்கடல் ஒன்றினை
தனக்குள்
அவள் உணரும்பொழுது
நிலத்தின் கடலையும்
உயிர்ப்பென்று
அறிந்துகொள்வாள்
கூடவே
முடிவே அற்றது
கடலின் இரகசியம் என்பதையும்.
❖

மனம் விழுங்கும் பழங்கள்

பறவைகளையும் மனிதர்களையும்
தன்னிடத்தே அழைத்துக்கொண்டிருக்கும்
கோடைக்காலப் பெருமரங்களின்
நிழல் போல
நிலத்தின் கீழே
தன்னுடைய வேர்களை பரப்புகிறாள்

விரிந்த நிழலடியில்
இளைப்பாறிச் செல்கிறவர்களின்
மனம் விழுங்கும்
பழங்களின் விதைகளிலிருந்து
பெருகும் மரங்களின் விருத்தியையே
நிழல் வாங்குபவர்களிடமும்
வேண்டி நிற்கிறாள் அவள்.

❖

பறவையின் வெளி சிறுகூண்டு இல்லை

தொலைவிலிருந்து
வெகுதொலைவிற்குப்
பறந்துகொண்டிருக்கும் சிறுபறவை
ஒருவேளை திரும்பிவரக்கூடும்
என
பார்த்தபடி இருக்கிறேன்

திரும்ப வரலாம்
மீண்டும் என்னைப் பார்க்கலாம்
மறுபடியும் என்னிடம் பசியாறலாம்

திரும்பத் திரும்ப எதையெதையோ நினைத்தபடி
ஆச்சர்யமூட்டும் பறத்தலின் வேகத்தை
அவதானித்தபடி நானிருக்கையில்

திசை திரும்பி
மறைகிறது அது
ஓர் உண்மையின் குரலோடு

நினைவுகளின் காலம்

விரல்களின் நுனி
காதுகளின் மடல்
சில்லிட்டு உறைகிற
முந்தைய பனிக்காலம் போலவே
இந்தப் பருவமும் தொடங்கியிருக்கிறது

பனியிறங்கும் அந்தியும்
பனி படர்ந்த அதிகாலையும்
அம்மாவின் மடியை
நினைவூட்டும்படியாக

அம்மாவிடமிருந்து தனித்திருக்கும்
இந்த நாட்களில்
பழம்போர்வைக்குள்
சுருட்டிக் கொண்டிருக்கிற
மனத்தை
வைத்துக்கொண்டு இருப்பது
மட்டுமே
அம்மாவின் வெதுவெதுப்பை
உணர்த்துகிறது.

❖

எதுவும் மாறியிருக்கவில்லை

பகல் துவங்குகிறது
இரவு வந்துவிடுகிறது
இடைப்பட்ட பொழுதில்
ஒன்றும் நிகழ்ந்துவிடவில்லை
அல்லது
எதுவும் மாறியிருக்கவில்லை
இந்தப் பனிக்காலம்கூட
சென்ற மார்கழியில் கோலமிட்டதை
இப்போது நினைத்துக் கொள்ளும்படியாக
அப்படியே இருக்கிறது
தினந்தோறும்
தன் ஆணுக்கும் மற்றவர்களுக்கும்
இன்னும் சிலருக்கும் என
உணவு தயாரிப்பது
தாவரங்களுக்கு தண்ணீர் விடுவது
பறவைகளுக்கு தானியம் கொடுப்பது
என்றிருக்கும் அவளிடம்
எதுவும் மாறியிருக்கவில்லை
முகத்திலும் உடலிலும் வாழ்வு வரைந்த
வரிகளைத் தவிர.

❖

அறிதலின் திறப்பு

மூடிய கதவுகளுக்குள் இருக்குமவள்
அறியமாட்டாள்
கூட்டில் இருப்பதை

சாளரங்களின் வெளிச்சமே
உலகமென அறிந்திருந்தாள்

பறப்பதற்கும்
கூடு திரும்புவதற்கும்
அல்லது திரும்பாமல்
எங்கேனும் முதுமரத்தின் கிளையொன்றில்
அமர்ந்திருக்கவுமான திறப்பொன்றை
அறிந்து கொள்ளும் அவசியம்
அவளுக்கிருந்தது

கனிமரங்கள் எப்பொழுதும்
பறவைகளுக்கான கனியை
இலையினடியில் மறைத்துவைத்து
உண்ணத் தருவதற்கு மறப்பதேயில்லை
என்கிற உண்மையை
அப்போது அவள்
புரிந்து கொள்வாள்.

❖

கனவுப் பருவம்

வீழ்ந்திருந்த பழைய நேசத்தை
வண்ணப் படிமங்களாக
நினைவுகொள்கிறாள்
பதின் பருவத்தை மெல்லிசைக்கும்
தன்னுடைய மகளிடமிருந்து

எச்சிலைப்போல சதாப்பொழுதும்
ஊறுகிற காதல்
ஒரு தாகம்
வாழ்தலின் நம்பிக்கை
மேலும் அது ஒரு கனவு
என்பதாக
ஒரு பருவமிருந்தது

உயிர்ப்பின் பிம்பங்களை
அடையவேண்டுமென
மின்னும் நட்சத்திரங்களை
கண்களில் ஒளிரச் செய்கிற மகளிடமிருந்து
மீட்டெடுக்கிறாள்
தன்னுடைய கனவுப் பருவத்தினை.

❖

மெய்மை

மரங்கள் அதிவேகமாக
பின்நோக்கி ஓடுகிற பயணத்தில்
அவள் அப்போது
அவளின் அம்மாவோடு இருந்தாள்
இப்போது மகளோடு

மலைப்பாதையின் வளைவுகளைக் கடந்து
கீழிறங்கும் பொழுது
மறுமுறை திரும்பவியலாத
பருவத்தை விட்டு
மகள் அகலுவதை
தான் கடந்துவந்த பதின்ம காலத்திற்குள்
ஒப்பீடு செய்து பார்க்கிறாள் அம்மா

மேகத்தில் கால்பாவ
பரவச அலை மனத்தில் புரள
தான் நுழைந்த
புதிய பருவத்திற்குள்
மகளும் அடியெடுக்கிறாள்
கற்பனைகளோடு

மகளாகிய அம்மா
தன் அம்மாவிடம் பகிர்ந்துகொள்ளாத
தன்னுடைய இரகசியங்களின் மெய்மைக்குள்
கரைந்து மீள்கிறாள்.

❖

காவியாவும் அர்ச்சனாவும்

இப்போதும்
அவர்கள் புத்தகம் வாசிக்கிறார்கள்
அவரவர் அறையில்

அவரவர் விருப்பத்தில்
தேர்ந்து டிவி பார்க்கிறார்கள்
அத்தனை ஒழுங்கு அவர்களின் அறை

முன்பு ஒரு சமயம்
"அவ என்னைக் கிள்ளிவைக்கிறா'
அவ என்னை வம்பு செய்கிறா"
காவியாவும் அர்ச்சனாவும்
சேர்ந்திருக்கும் பொழுதுகள்
இப்படித்தான்

ஒருநாள் இவர்கள் ஒன்றாக இருந்தால்
ஒன்பது நாள் ஒழுங்கு செய்யும்படி
வீடு அப்படிக் கலைந்துக் கிடக்கும்
நிமிடத்திற்கொருமுறை ஓயாத சண்டை
நிமிடத்திற்கொருமுறை சமாதானமும்
நிமிடத்திற்கொருமுறை அணைப்பும்

இப்போது அவர்கள் வளர்ந்துவிட்டார்கள்.

பெண்மையின் பாடலில்

மகள் உடலில்
பருவம்
மேடிட தொடங்கும் பொழுது
அம்மா தடுமாறுகிறாள்
தகுந்த ஆடைகள் கொடுக்கவும்
உள்ளாடைகளை அறிமுகம் செய்யவும்

புதிர்கள் தொடங்குகிற இளமை
ஒருவருக்கொருவர்
பொறுமையிழக்கும்
கணங்களைக் கொடுக்கிறது
என்றபோதும்
மகளின் புதிய உலகிற்கு
அம்மாவே கதவாக இருக்கிறாள்

மகள் வளர்கிறாள்
அம்மாவைப் போலவே
வளரிளம் இரகசியங்களோடும்
வலிகளோடும்

பெண்மையின் பாடலில்
இருவரும் நெருக்கமாகிறார்கள்

உடலின் திறப்பினை
மகள் உணரத் தொடங்கும்
ஒரு நாளில்
அம்மாவின் நினைவில்
மகள் கசிகிறாள்.

❖

சக்தி ஜோதியின் கவிதைத் தொகுதிகள்

நிலம் புகும் சொற்கள் - 2008
கடலோடு இசைத்தல் - 2009
எனக்கான ஆகாயம் - 2010
காற்றில் மிதக்கும் நீலம் - 2011
தீ உறங்கும் காடு - 2012
சொல் எனும் தானியம் - 2013
பறவை தினங்களைப் பரிசளிப்பவள் - 2014
மீன் நிறத்திலொரு முத்தம் - 2014
இப்போது வளர்ந்துவிட்டாள் - 2016
மூங்கிலரிசி வெடிக்கும் பருவம் - 2016